USHAIRI

Albert Nyangaresi

USHAIRI

First edition. March 19, 2026.

ISBN: 979-8233778209

Written by Alberto and Albert Nyangaresi.

Yaliyomo

Tabaruku

Kwa wanafunzi we zangu na vijana wenza tunao pitia changamoto za maisha.

"Mahaba"
Tamu chungu ila mimi ni jiwe,
Kila siku ni penzi.
Mpenzi na wapenzi.
Mahaba tam tam asali.

Amani kakosa mtima wangu,
Madonda kila siku.
Kipenzi ni kiguu.
Mahaba sina la kwamba.

Moyoni yumo kipenzi,
Mchezo umezidi.
Wapi pakuanza au kumaliza.
Mahaba kifo.

Kijana maona yameisha,
Mate matamu.
Yameteka mwana,
Mahaba kisu tam chungu.

Sijui wapi pa kutorokea,
Maana ni mwisho.
Asali sio tamu tena
Mahaba kaburi kwangu.

"Langu Lipi"
Eeeeh Mtima wangu nipee mwanga,

Donda la penzi kila uchao.
Ya chandoni yamo akilini,
Kosa langu lipi ?

Mazuri yangu yote kama mvua,
Ila kila asubuhi ni kilio,
Chozi kushoto na kulia.
Kosa langu lipi ?

Wazazi na wakufunzi lipi sikutenda,
Ndugu zangu nipee angalau soma,
Maana ya vitabu yamo rohoni.
Kosa langu lipi ?

Nawaza ila jawabu ni ngoma kwa mbuzi.
Nani wakunipa raha ?
Maisha methali kwangu .
Kosa langu lipi ?

Guu langu la gonga patupu,
Karaha ndio starehe kwangu.
Mapenzi kilio kwangu.
Kosa langu lipi ?

"Buraha "

Karaha na raha zote sina umbea,
Sajiri ya leo ni methali.
Maisha mchezo wa maneno.

Mtima Wangu leo ongea ya moyoni,
Rafiki yangu ni nani ?
Dunia tambarau asante kwa yote.

Umenipa mengi amakweli,

Sina budi kusema asante.
Motoka yangu ya zama.

Sayuni ni mbioni maana dunia,
Imenipiga bao.
Mpenzi ni goi goi sijui mimi.

Furaha yangu ni mauti,
Heri yangu ni kilio.
Mtihani mgumu kwangu.

Kwangu ni mto wa mamba,
Sina wa kuita ndugu.
Furaha ni kosa kwangu.

"Harusi Yangu "
Baharini kuna mbwembwe sherehe,
Ya harusi yangu.
Nimepata jiko na mama wa aila yangu.
Sherehe kwa kila mtu.

Kilio kwangu na roho yangu,
Ndoa ni safari ya wawili.
Mimi niko tayari kwa pingu za maisha ?
Harusi yangu ni mauti yangu.

Heri mfuu kuliko mimi mzee,
Wapi pa kwanza kwangu.
Siku ni kuu ila kwangu ni kuukuu.
Mola wangu mbona mimi.

Bwana Mashaka na Bi. Shaka,
Mume na mke.
Ndoto ya mchana kwangu.

Kipato chungujiko.

Msalabu huu ni ngumu jamani,
Harusi hii ni homa kwangu.
Dunia nifiche uso wapi.
Mama na Baba sina be wala te.

"Wema"

Tenda jema nenda zako,
Uzuri ni tembe.
Wema hauozi mwana.
Kila uchao jaribu kufanya bora.

Fahamu nyakati na misimu,
Jua binadamu ni pambo.
Sahau chuki furahia kila siku.
Furaha ni tunu kwa maisha.

Mishale kutoka kushoto na kulia,
Usaliti kutoka moyoni.
Yote ni mapito mwana fahamu,
Dunia hii sio kwetu.

Sisi ni wasafiri tumo safarini,
Shukuru Mungu kwa siha.
Tumia muda kwa jema,
Wema kwa kila kiumbe duniani.

Zangu duniani hazimo,
Tenga raha fanya zuri kwako,
Kwa ndugu na jamaa.
Tendo jema nikama mwanga.

"Shangazi "

Waaah utanimaliza utamu,
Sha! Sijui tufanye lipi.
Uzuri wako maa waniliza.
Nyote ya jaha umeenda nayo.

Lipi kwako Shangazi angu,
Penzi au ndotoni ?
Sina masiala Sha uu akilini.
Kaya watanena inati.

Lakini mimi na wewe hadi tuo,
Mola mpenda wote,
Atujalie furaha na yote mema,
Nguvu sina ila pendo ...

Mithili ya mvua na jua,
Ogopa Mola binadamu.
Maneno tamu tamu asali.
Chungu kwao pia.

Safari hii ni nimo nawe Sha,
Tikiti lako nipee mimi pekee.
Domo wacha wanene.
Penzi langu kwako ni fumbo.

"Nyumbani "

Wazee nipe muda nikumaliza shughuli,
Nimo mbioni kurejea makwetu.
Mimi ni muhuni mjini ila niombe,
Kesho yangu yanipa mawazo.

Sina usingizi wavyele wangu jamani,
Furaha na faraja ni kuwa nanyi.
Ila kipato ndio shida wazee wengu.

Siku aina yake imo njiani.

Mama na Baba toa shaka na mashaka,
Dunia ina mengi ila yenu yamo akilini.
Mafunzo yenu ni dhahabu amakweli.
Nimeona yote ya heri na aheri.

Nimeamua kufuata mafunzo yenu,
Nyumbani nimo naja.
Sio hadithi tena maana sioni kazi.
Sioni lolote la kutenda humu.

Sasa ndio muda wa kutoka,
Kunakili yote ya humo.
Nyumbani mwaningonja kwa hamu,
Nitarejea kama Yesu.

"Kiatu"
Changu ni kuu kuu,
Ndugu zangu.
Rafiki yangu.
Ni ngumu ila nipee msaada.

Kazi ipi sijafanya jini ya jua ?
Nzuri au mbaya...
Kikubwa maokoto au hela,
Familia ni kwangu.

Kiatu changu kitanipa kifo,
Mwanga uu wapi ?
Serikali yetu nipe Imani.
Amani haiko ...

Chakula na kula ni kila uchao,

Siku zote ni mimi.
Kosa langu ni kiatu changu?
Uuui! Uuui! Nani kwangu ?

Hii dosi inanimaliza ni ngali hai.
Soma nakara ungali na muda.
Fwata heri ungali na fulsa.
Maana kilio na majuto yamo.

"Sina Neno"
Leo sina mbele wala nyuma,
Hata wa moyoni hamo.
Siku zote mlinipa wasaha ila mimi,
Nilikuwa sikio la kufa.

Furaha yangu ya ujana ii wapi ?
Rafiki wa maisha yu wapi ?
Wote wamo kwa raha tele ila mimi.
Kitandani mfuu.

Uchungu wa mwana mama tu ndio,
Aujuaye wengine ni rangi tu.
Leo sina hata mkono wa kurusha.
Kula kadonge siku zako simo njiani.

Dunia imenipa kisogo na kidogo,
Changu sasa ni kwa mama.
Ujana ujanini, majuto mjukuu.
Mbona hivi ?

Mola wangu nipe fursa ya kutubu,
Nipe mwongozo mimi.
Wema wako ni dhabiti Yesu wangu.
Koo na ukoo sina mengi.

"Kwako Mpendwa"
Miaka ya enda mbio sana mpendwa;
Ila penzi langu kwako limo.
Mithili ya jua na mwezi kipenzi changu.
Watasema mengi ila amini kipenzi chako.

Siku mmoja au ya aina yake mama,
Tutakuwa pamoja malaika wangu.
Leo natuma salamu za miaka mpendwa.
Kiu ya mapenzi yaniteza.

Ila sina haraka mwenda pole hajikwai,
Mbio za sakafuni sio kwangu.
Utamu na tamu yangu nakupenda,
Sana usipotezwe na ulimwengu.

Roho yangu ni mali yako ubafu wangu,
Yote nafanya kwa raha yetu.
Watoto wetu maishani nielewe wewe.
Bibi sio kitabu kwa kila mtu.

Chunga sana maana wadudu ni wengi,
Sumu ni nyingi huku.
Dunia sio dunia tena ni gome mpendwa.
Furahia kila siku fahamu nakupenda sanaa.

"Chozi"
Au mimi sina nyota ya maisha ?
Babu na mababu sina la kwamba.
Huu ndio mtakabali wangu wa maisha ?
Sijui mimi kabisaa.

Mateso na manyanyazo nyumbani,
Ni wapi au kipi cha kutenda.

Muda na wakati ndio suruhu sasa.
Maana yote ni ovyo kwangu.

Ni nani wakunipanguza machozi,
Ni wapi pakutorokea ...
Dunia ina mengi ila ntajituma miye,
Kilio sio tiba wala suruhu.

Ujana lala salama kwa muda funge,
Akili za uzee amka sasa.
Tujenge mahame kuwe kwetu sisi.
Chozi moto kwangu.

Sina pa kutorokea ni mimi pekee,
Kesho yangu ni mtego.
Maisha yangu ni methali kwa wengi.
Ila leo nafa kijaribu kuleta tofauti.

"Binadamu "

Leo tuna lipi soma ufahamu wewe,
Ndugu sio damu tu.
Ndugu ni kufaana kwa dhiki na faraja.
Binadamu kiumbe siri sana.

Amka fanya juu chini tengeneza,
Zako au lako mwana.
Kijana au binti maana hamna lolote,
Urithi humo tena mwana.

Rangi rangi amebadilika kama kinyonga,
Hakuna amani na hakimu.
Pesa ndio chanzo cha vilio humu.
Kila mtu anataka hela heri wewe uko ahera.

Dunia ya sasa ni ngumu kama hisabati,
Utasoma yote ila kazi hamna.
Toa kadongo pata raha na maraha.
Cheza na binadamu tafuta kifo mapema.

Mbona iwe ni husuni kila muda huku,
Sio skulini au kanisani.
Kila kona ni tamu chungu humu.
Adui wako ni wewe binadamu.

"Utu"

Kaka ubinadamu ndio tunu,
Kwako na dadako.
Mali na asilimali ni bure tu.
Kuwa karimu kwa wote.

Kesho yako haujui kaka,
Akiba haiozi siku zote.
Fanya mema kama ya mama.
Sina la kukupa mimi.

Sina pesa au uriti kwako,
Ila tumia akili.
Tumia hekima na baraka za Manani,
Zimo nawe hadi tamati.

Dunia yapisha mlangoni,
Mimi yangu nimetenda.
Sasa ni wewe kuchangua.
Zuri au baya.

Ahadi nimetimiza kwa waywele,
Mungu wangu ameona.
Sina la muhimu duniani,

Safari yako imeenza sai.

"Tamu"

Yako mwandani ni asali,
Mimi sitoki kwako.
Kerry kipenzi changu.
Ni mimi na wewe hadi kifo.

Mama haya masomo yote,
Utanimaliza na utamu.
Mahaba amekweli ndoa,
Raha tele kwa wapenzi.

Lipi natamani tena kama sio,
Amani na imani kwa ndoa ?
Nakupa ahadi hadi mwisho.
Ni wewe pekee uzuri wangu.

Furaha yangu ni yako mauwa,
Asali yangu ni wewe pekee.
Ooooh kipenzi.
Mapenzi yangu kwako ni mlima.

Hamna yeyo au lolote litatenga,
Hili penzi langu kwako.
Kiboko cha kelele na domo zao.
Moyo wangu tulia huko.

"Lipi"

Moyo nipe maraha na heri,
Nyota yangu ya jaha.
Leo ni mkuki mwingine kwangu.
Lipi zuri au baya sifahamu miye.

Temba tamba zangu simegonga,
Patupu mtima.
Yule kipenzi ni kiguu na njia moyo.
Lipi zuri au baya sifahamu miye.

Mapenzi kwangu mtihani wa maisha,
Jawabu sina kabisaa.
Heri kipofu maana sioni zuri.
Lipi zuri au baya sifahamu miye.

Shangwe na ndelemo simo wapi leo ?
Chombo changu ahera ndio tuo.
Mtego huu sina budi kamwe miye.
Lipi zuri au baya sifahamu miye.

Shilingi kwa ya pili fumbo kwangu,
Makosa ni kupenda kwa dhati.
Yangu sina mwanga,
Lipi zuri au baya sifahamu miye.

"Ya Roboni"
Asemaye kesho ni mwongo,
Leo nayatimba.
Sijali wala sina bali mimi.
Ulimwengu umenipa somo tamu.

Wangu wa maisha ni Mola wangu,
Rafiki kipenzi changu ni Yesu wangu.
Sina muda wakucheza miye,
Usaliti kila kona maisha ngoma.

Malimwengu yote ni mapito sasa,
Lipi sijaona zuri au baya ...
Lugha tamu asali ila moyoni chafu.

Binadamu hayawani.

Soma ufahamu masomo ni bure,
Duni bila pawa duniani.
Pesa au makoto ndio sajili ya ulimwengu.
Mkono mtupu haulambwi siku zote.

Giza na nguvu za giza ndio njia,
Haramu ndio halali.
Sayari hii ina mengi kwetu ...
Fahamu nyakati mapema.

"Ndoto "
Kila binadamu ana nia maishani,
Yangu sijui kabisaa.
Maana sina bee wala tee mimi,
Kushoto au kulia wapi kwangu.

Nimesoma na kujikimu kila eneo,
Ila kutimiza nia yangu sijui.
Mapenzi nimeona ila kuhisi ni ngumu.
Yupi wakunipa ata tone ?

Soma mwana, soma na soma vitabu,
Sijui vipi sikusoma, au kufahamu.
Au sikupata maana, ya kusoma amu,
Dada na kaka, asante kwa yote kwangu.

Sijui sifahamu na sina mida sasa,
Langu wacha Mola ashughulikie.
Maana zangu ni jaribio gumu.
Sio cheza au santuri za watoto.

Kimwana cheka furahia maishani,

Toa mashaka na dhiki.
Timiza ndoto zako na za ndugu...
Mimi ni bora kifo sina jipya.

"Ipo Siku "

Mama mtu usife moyo,
Yetu imo mbioni.
Weka imani kwa Mola.
Nami nitie bidii ya mchwa.

Masomoni huu umaskni,
Ni wa muda mama.
Kikubwa tumo hai tutashinda.
Hakuna jabari humu.

Nafahamu kiwewe chako,
Ila toa shaka mama.
Tumepitia mengi ya kwamba.
Matamu na chungu.

Mwanao hatabadirika kamwe,
Shukuru Mungu kwa afya.
Soma sara kila siku .
Maana dunia itajua kuna mwanao.

Vitabu na nasa kama sumaku,
Yote nayafahamu.
Wote watakuja humu kwetu.
Ni muda muchacha umebaki.

"Kimwana "

Miaka imeenda bado uko kwenu,
Rafiki zako ni mama.
Ndugu zako wako na familia.

Ila wewe bado ungali kwenu.

Kimwana kimwana mbona hivi,
Kila mahali kimwana.
Wavyele hawana la kunena.
Jamii imekufanya kicheko.

Ndoa ya kuita kimwana,
Uzee wagonga odi mlangoni.
Kimwana toka kwa lepe la usingizi.
Fahamu sura haiko tena.

Umbo sio umbo tena la kufutia,
Ndoto zako hazina mbele.
Toa wazee haya wape tunu ya wajukuu.
Heri kipofu asiye na macho.

Ila wewe uzembe na ukilitimba,
Pesa na mali ndio kigezo.
Nani wakukuoza kimwana ...
Muda hauko tena sasa ni wewe pekee.

"Malaika "
Malaika nakupenda sana,
Malaika yangu ni yako.
Furaha yangu ni yako pia,
Fahamu ni wewe pekee.

Umbo na sura yako yanipa,
Raha tele Malaika.
Kukupa wewe nikupata taji.
Kipenzi changu.

Fisi wako kila mahali,

Chunga sana.
Siko tayari kukupoteza,
Maana maisha yangu ni yako.

Apataye penzi duniani,
Amesha pata faraja.
Miye na mbwembwe heko,
Wewe ndiwe bibiye.

Furaha ilioje kwangu,
Kwa rafiki zangu.
Malaika na malkiha wangu,
Tembea nami hadi kifo.

"Ria"

Duniani kuna wengi ila kuna huyu,
Kipenzi changu .
Sio rafiki sio mwandani ila huyu,
Atanimaliza kwa uzuri.

Kwa roho na uroho yumo nami,
Sijui nimwete ubafu wangu ?
Hapo sina usemi kabisaa.
Ria sio kilio kwangu miye.

Ni mfano kwa wengi katika jamii,
Debe langu halina mafuta.
Jahazi yangu ni kudondoka ya dondoka,
Sina wasiwasi mimi.

Kigogo yu nami hadi tamati,
Mwanga huu nami,
Mola yu nami kila siku hadi sayuni.
Kiwewe ni cha waongo na wahuni.

Ria ni tunu kwangu na jamaa,
Asifuye mvua isha mbariki.
Usio fahamu ni usiku wa giza totoro.
Huyu naye hadi Mungu akipenda.

"Dunia "

Kipi kimekukuta wewe sifahamu,
Uzuri wako humo tena.
Ni mahame na dhiki humu.
Amani haiko tena ni kilio kila kona.

Wapi upendo kwa familia na jamaa ?
Dunia sio nyumbani tena.
Ndugu kumaliza ndugu kisa pesa.
Mtoto kumtoa mamaye.

Wapi miye ntaficha uso wangu ?
Dini sio dini tena ni biashara.
Mola wangu sijui kipi kimekuta dunia,
Uroho ndio ubinadamu.

Aheri ndio furaha na mbwembwe,
Viongizi tamaa ya mali.
Dunia ni gome hakuna dunia tena,
Kifo kila mahali.

Heri babu na bibi sisi ni kilio,
Mwanga hauko tena.
Giza na sadaka za giza ndio nyingi.
Dunia ni kwaheri kwangu.

"Lala Salama "

Shujaa wetu lala Salama,
Tulikupenda sana.

Ila kipenzi chetu Mungu
Kakupenda zaidi yetu.

Siku mmoja tutakuwa pamoja,
Kwa leo ni burieni,
Hakuna la kusema sisi.
Ndugu zako twasema nenda shujaa.

Umeshinda vita humu,
Pumzika kwa amani.
Mola aweka roho yako salama,
Peponi kipenzi chetu.

Mazuri yako yamo akilini,
Kujitolea kwako kama sadaka,
Kwa ajili ya amani na upendo.
Tutakuenzi milele.

Salama salama mwanga wetu,
Ni ngumu kwetu ila.
Tumekubali amri ya Mola wetu.
Rafiki na shujaa safari njema.

"Rangi"
Mpendwa yako ni gani,
Nyekundu au nyeusi.
Leo nakupa changuo lako,
Toa kiwewe weeh.

Nyinyi zimo humu kipenzi,
Mimi macho sina.
Wewe johari yangu kazi kwako,
Fanya yako nami nitende langu.

Mama furahia maishani,
Raha ya pesa.
Tumepitia mengi ila leo ni mashallah.
Insha'Allah kwa Allah.

Muda waenda kipenzi,
Mimi sio kijana.
Uzee wangu wakata maini.
Naona kifo changu.

Mlangoni kama kisima,
Sijui la kufanya.
Ila mama furahia hii kipato,
Hii rangi ni yako.

"Pole"
Ujana una inati ila leo naomba msamaha.
Niliteleza rafiki yangu.
Sio kupenda kukupiga mkuki wa maneno pole.
Pole sana rafiki, natamani turejeshe kurasa ...

Ila ni ngumu kama maji na mafuta lipi ntafanya,
Maana humo moyoni.
Mazuri yako yani hukumi kila siku miye.
Wapi ntaficha uso wangu.

Yote mazuri tulitenda leo ni fimbo chungu kwangu.
Hasira amekweli ni hasara.
Mbona sikuona mapema ni jaribu kufanya heri ?
Sasa ni kilio chozi nzito ila sina wakulipanguza.

Ramani hii ni bure hawezi rejesha rafiki yangu,
Masomo haya ni duni.
Mwambie nani miye changamoto zangu ?

Leo inauma kama kuna kesho ni bahati kwangu.

Rafiki kipenzi changu nisamehe,
Hakuna aliye kamilika.
Nimefahamu dosari yangu nipe amani.
Maana sioni zuri tena na dhambi zangu.

"Thamani yako"
Kerry kipenzi changu mama,
Wajua thamani yako ?
Wacheza zote kuniwacha na chozi,
Sio kila mtu ni rafiki.

Tunu kama wewe watakucheza,
Sumu ni nyingi huku.
Uzuri ni wa mama sio hawa binadamu.
Cheza cheza utakuta mwana sio wako.

Misimu imekuwa rangile toto,
Fahamu sai hamna ana nia jema,
Wote wenye asali wamo mbioni.
Kukuteka kama kuku.

Heri kipofu maana haujui aendako,
Heri wewe unaye sikia.
Maana hakuna chochote kimebaki,
Mpenzi enzi penzi.

Chunga tunda maana wawindaji,
Ni wengi na wadudu wamo.
Kiroho changu fahamu uzuri wako.
Fahamu ujana ni moshi wapita ...

"Kipepeo "

Natamani niwe kipepeo miye,
Nimejoka kabisaa.
Usiku na mchana kujituma kila njia,
Ila kipato ni matone.

Angalia kipepeo kina furaha,
Ribo ribo kama kipofu aliyeona.
Mimi shida na taabu chungu nzima.
Sio karo sio chakula.

Tamu chungu ndio dunia tuko sisi,
Ndoto nyingi ila kutimiza,
Kazi ngumu kama kupata kipato.
Natarajia mapato ila ni kicheko.

Lini ntakuwa na changu miye kama wengine ?
Nile na nishukuru kama wao,
Swali na maswali ila jawabu ndio ngoma kwangu.
Angalia ua linavyo kuwa bila mawazo ila mimi...

Mawazo chungu jema ni lipi au baya ni lipi,
Maangaiko yatafika lini tamati.
Kipepeo mimi ntafurahia lini kama ndugu zangu ?
Sio leo ata kesho sijui kabisaa.

"Mwambie"

Kipanga na njiwa pereka huu ujumbe,
Kwa mama watoto.
Mwambie nampenda sana kama Mola wangu.
Fikisheni ujumbe wangu nyinyi rafiki zangu.

Utengano sio kwa kupenda ni hali ya maisha.
Starehe na ujana ila sasa nimo tayari kwa yote.
Tujenge familia kama ndugu zangu watoka nitoke.

Fanya upesi kipanga.

Njiwa harakisheni maana leo nataka mpenzi.
Mtima wangu tuwe naye kama mti na matunda.
Mmmmh mpisheni ujumbe wajumbe wangu.
Mpe hii ua ishara ya upendo wetu.

Siku mmoja tulikuwa pamoja kama mtu na kivuli chake,
Ila leo tuko mbali mithili ya dunia na bingu.
Sijui mama ako aje maana siku simeenda.
Dunia sio ile ya babu na bibi yangu tena.

Natumai Kipanga mtarejea na matunda kutoka safarini.
Sasa ondoka nyinyi.
Hamna muda wakupoteza nyinyi.
Fikisheni ujumbe kwa mtima na rejea upesi.

"Dudu"
Shangazi umeona dudu,
Dudu kubwa sana.
Watoto wana kimbia mbio,
Za Swala na Simba.

Dudu lile hula nyama,
Huishi kwa chemichemi.
Huonekana muda wa kipekee,
Hilo dudu huleta hasara.

Hakuna faida humu dudu,
Limeteka sio wa mama,
Sio wasichana.
Lina lugha ya wapenzi.

Lugha ya pesa hilo dudu,

Hutupa pesa.
Maana lenyewe ni pesa.
Dudu zee wacha tu.

Vijana kwake ni siafu,
Baba na babu ni buibui.
Dudu lina kila kitu.
Sio mali sio pawa humu.

"Muda"
Husuni ulioje kuona ki mwisho,
Ujana umeenda.
Dada na kaka sasa ni babu.

Safari tamu haiko tena ni aheri,
Kilio kwangu na wengine.
Maana hukumu ya pisha hodi.

Mola wetu amesha andika,
Wino wake ni wamilele.
Wapi pazuri jamani ?

Sherehe na ubashasha uko wapi,
Pombe na sumu ...
Wanawake wazuri wako wapi ?

Muda umetupa kisogo sisi,
Kwaheri kila mcha.
Duniani yetu ni hadithi .

"Inauma "
Hamna gumu kama usaliti wa rafiki,
Watoka ni toke inauma sana.
Jamaa unaye ona kama ndugu ila,

Tamaa mbaya duniani.

Hata Kereng'ende na Bundi walionya,
Kupeana somo kwangu.
Ila sikusikia kamwe niliona wachinga,
Kilio changu ni makosa yangu.

Siku fahamu kuwa nyakati hubadirika,
Rafiki kipenzi ni adui mkubwa.
Mazuri fanya kwa baba na mama au,
Mola Rabana maana watu ni rangile.

Heri umbwa kuliko binadamu kabisaa,
Maana kama tamaa ya mali,
Utajiri itakufanya uwe shetani duniani,
Bora paka na umbwa kuliko binadamu.

Inauma sana ila tutende lipi kifo chetu,
Utajiri wao na raika yao.
Mali ya damu huisha kama ndoto.
Itauma itakula kila mtu sio mama sio baba.

"Tunda"
Juma lile langu miye,
Sitaki mchezo.
Tunda zuri kama lile,
Tamu ni langu.

Nyinyi mtapata lenu,
Atafutaye hanabudi.
Fahamu nyakati.
Mmmmh.

Sherehe kwangu,

Siku kuu kwangu,
Yenu yapisha.
Jipange.

Tunda tamu,
Utamu wa asali,
Juma heri
Nyinyi hamjapata.

Maana miye,
Mfungwa wa tunda,
Hadi ahera.
Salama nduguze.

"Soma "

Skuli sio pekee kuna masomo,
Masoma yako kila mahali.
Tumia macho yako vizuri mwana,
Cheza na walio nazo.

Maana hutalala njaa mwana,
Fanya yote halali kwa kipato.
Soma nyumbani.
Fahamu jamii kwa uzuri na ubaya.

Usife moyo na elimu ya vitabu,
Maana ndio heri yetu.
Ila elimu pekee sio ufunguo wa maisha,
Tamba kulia na kushoto.

Fanya juu jini update jina mwana,
Siku hizi ni jina na unafahamika na nani,
Wengi wako kama tego kwako.
Jipange sawa sawa maana sio rahisi.

Wakufunzi watafanya yao hadi mwisho,
Nawe utafanya lako.
Mimi yangu nimemaliza mwana sina jipya.
Chungana sana na ulimwengu wewe.

"Kelele "

Mnapiga mengi humu,
Ila nani wakusikia ?
Kila mcha anatafuta kipato,
Au mayowe ni kwa majivu.

Kelele mingi kila uchao,
Sio barabarani,
Sio kwa matanga na harusi,
Hata makanisa.

Nyiye ni hulka gani Kwanza,
Maana kiongozi,
Ni mfano ni kioo cha jamii.
Ila nyinyi mnaleta chezo.

Hamna la heri kwa watu,
Sio kunyakua kwa kalamu,
Sio kwa mapanga.
Hayawani nyinyi.

Siku mmoja mtapata yenu,
Kelele itakuwa kilio,
Furaha yenu itabadirika gafla,
Kama misimu.

"Likizo "

Mama nakupenda sanaa,
Mimi ni wako wa maisha.

Hakuna mwingine saidi yako,
Ila mama nipe likizo.

Sio kwa ubaya kipenzi,
Raha na maraha yako.
Ni matamu mama.
Ila mama nipe likizo.

Akili kufikilia Kesho yetu,
Familia yetu pamoja,
Watoto wetu mama yangu,
Ila mama nipe likizo.

Sihami miye kipenzi nimo,
Sibadiliki kama kinyonga,
Usiwe na kiwewe.
Ila mama nipe likizo.

Likizo ya penzi mpenzi,
Likizo ya utamu.
Likizo ya roho na uroho.
Ila mama nipe likizo.

"Zuri"
Embe lile kwako mpenzi,
Tunda lie langu.
Tuwe pamoja kwa heri,
Uroho sio kwetu.

Mama watoto furahia,
Masimango ni mengi,
Toa mashaka.
Mimi nimo nawe milele,

Hadi mwisho wa dhahari,
Ni sisi sio mimi tena.
Mwili mmoja mama yangu,
Familia yetu.

Zuri lipi zaidi yako,
Furaha ipi kama sio wewe,
Rabana kanipa tunu,
Shukurani kwake .

Miye na Mtima wangu,
Kipenzi changu.
Roho yangu Hadi ahera.
Furaha yangu ni yako.

"Nenda"

Ahera safiri salama wewe kenge,
Umetesa wengi humu.
Furaha rohoni nyusoni ni kilio,
Salamu usipeleke wewe marehemu.

Ujana ulikupatia kiburi na magogo,
Madoido sasa ona.
Kaburini hata buriani kwa mama,
Au baba mtihani huu .

Ila asiye soma kwa mama dunia humpa,
Masomo yote tamu na chungu.
Na leo ni siku yako Kenge.
Sio la ndugu au la jirani ulisikia urembo.

Umbo tego duni kwa wanawake na wasichana.
Heri giza na upofu maana kilio hiki hakuna kinga.
Njia ni mmoja na ni ya ahera sio ya heri tena.

Ujana moshi wengu watalia kwikwi ila lipi kwao ?

Sura nzuri sasa lishe ya wanyama wa udongo,
Mali nyinyi sasa ni hema na sherehe ya kila mcha.
Aliye toa na asiye fahamu lolote kuhusu mali ya malimwengu.
Ole wako Kenge kucheza na moto.

"Kigogo "

Wajua kigogo wetu wewe,
Mtu wa watu.
Wamfahamu wewe kimwana ?
Kiongozi wakupigiwa mfano.
Sio wizi wa mali ya maskini,
Sio kupandisha kodi,
Sio safari kwa watetezi wa huru,
Fahamu huyo kigogo.
Afrika na duniani yamfahamu,
Ametenda mengi,
Yakunakiliwa akilini na vitabuni,
Kila awamu ni yeye pekee.
Viongozi na mawaziri wote ni familia,
Bibiye na wanawe.
Hata shangazi na marafiki zao,
Wacha kushangaa wewe.
Watu wanasherekea uhuru wao,
Kigogo yule pale.
Sherehe za kukata na shoka kwao,
Wacha ni vilio kila siku.

"Hakimu "

Mbona hukumu kama hiyo,
Nani wakulinda kaka.

Dada angu na wengine wangu,
Wote wanapotelea kwa ulimwengu ?
Hukumu gani hii mnaita haki ?
Haiki ipi kaka na dada wamepata ?
Hakimu wa pesa au wa magendo ?
Nashidwa mimi.
Kuomba chako ni dosari,
Kutafutia ndugu na dada ni hatia,
Kweli haramu ndio halali.
Sheria ni kwa mnyonge si walala heri.
Hakimu yako imo njiani,
Ya duniani hulipwa papa hapa,
Ahera ni hesabu tu.
Siku ya kilio ya gonga mlangoni.
Ila leo wacha nikubari amri,
Maana hamna lolote.
Tatizo ni mimi basi wacha nipotee,
Ila Rabana ndio hakimu halali.

"Gereza "

Giza totoro humu ndani,
Sikudani maisha yangu,
Gerezani ndio tamati.
Leo nikuomba.
Walio na akili watumie,
Aliye na macho aone.
Maana nilipewa zote miye,
Ila sikutumia.
Haraka haraka zangu,
Simenifikisha humu.
Miye tegemeo nyumbani,

Sasa umaskini...
Unamaliza mama mtu,
Uchungu ulioje.
Mimi kutesa sio shida,
Tatizo ni wavyele.
Elimu yeo na kujitolea,
Sasa leo !
Mungu wangu sijui mimi,
Maisha yangu hayana maana.

"Siku"

Hii ni siku ya kumbukumbu,
Kwa historia yetu.
Baba na mama,zote tuungane.
Katika wajibu wa ukombezi.
Hatujui ya kesho ila ya leo,
Ni Sisi pekee,kupigania.
Ukombozi wa taifa yetu kutoka,
Wahuni ni sisi pekee.
Baraka zako Rabana,tembea nasi,
Maana Majoka na askari ake.
Wamo mbioni kutuangamiza,
Tulinde na tembea nasi siku hii Mungu etu.
Hatutakaa kimya,giza kutawala,
Ni mudaa mwafaka mwanga.
Kungaa kila sehemu.
Kuweka historia ya siku, hii tunasherekea.

"Goma "

Wakufunzi leo ni mugomo,
Askari leo ni leo.
Mchezo huu umezidi.
Sisi sio mpira wakuchezwa.
Kigogo yu wapi leo hii,
Ahadi zake si wapi.
Mdomo tamu tamu jamani,
Binadamu hawa.
Wana ndimi zingine aki,
Ila leo sio maneno.
Tunataka hela pekee,
Maongezo peleka kwenu.
Goma goma kuna mwanga,
Mugomo ndio njia.
Sisi tumo tayari kabisaa.
Hatubanduki sisi.
Wenye kula wamelamba,
Sisi ndio twaingia.
Twasema pesa ndio lugha.
Mengi sio humu.

"Gere"

Uroho wa nini ndugu jamani,
Hivi vyote ni pito tu.
Omba sana usianguke mtegoni,
Tamaa mbaya kaka.
Utafanya ya giza maishani,
Hamna haja kabisaa.
Wewe ni rafiki yangu,
Yangu yako.

Toa mashaka kabisaa,
Tumesoma mengi.
Tumepitia ya kupigwa mfano,
Usikubali gere.
Binadamu watakudanganya,
Kuwa mwangalifu.
Nimo nawe kwa heri na aheri.
Furaha na buraha.
Tutashinda kupitia maombi,
Kuungana kama kaka.
Tutafika mbali tukishikana,
Fahamu haya.

"Gari"

Zigzag hili leo sijui lanipeleka wapi,
Gari jipya kasoro sijui.
Fundi na mafundi hawaoni dosari,
Mimi na hisi kuna doa mahali.
Gari ni langu sio la hata kwa ustadi,
Ujuzi hawawezi kufahamu.
Kutambua dosari fundi funda.
Ni kama kitanda usicho kilala huwezi,
Kufahamu kunguni wake japo somo,
Na masomo mengi ya ulimwengu.
Sasa mzigo ni wangu nami ntaubeba,
Kwa nguvu zangu zote.
Nawaza mbona jahazi yangu kila siku,
Chombo changu ndicho huwa na shida.
Hamna siku au muda ntaburudika.
Ata sekunde mmoja kama wenza jamani.
Gari langu hivi karibuni la lala salama,

Usingizi wa pono miye ni baki tee.
Hiii ulimwengu kila nyakati ni soma,
Kwangu na mtima wangu .

"Mimi"

Asubuhi namapema langu nishapiga,
Mwepesi wa mawazo,mwingi upendo,
Jua lisha piga kulia,nami shoto langu,
Nani wa kukana?,maana taji ni agu.
Mola rabana mwingi,warehema kwetu,
Kuwa wino wangu,kwa mwanzo hadi tuo,
Safari ni jabari,japo ni mimi na Rabana,
Kuwaza na wazua,yote ni mapito kwagu.
Baba mama nyinyi,nguzo agu kila alfajiri,
Nipee yote mema,maana ghulamu,
Ndimi pekee kwa familia,nipee mwanga,
Siku zote Manani,nipee nia njema kwako.
Lako siku zote mkufunzi, heshima ako Hadi,
Timizo la maisha,ya kiumbe chako mwalimu,
Sina usemi ila,ombi kwa jamii kutuza maadhili,
Wana nipe sikio,maana mimi ndimi wenu.

"Hapa"

Nyumbani ni hapa wanangu,
Siku zote fahamu,
Nyumbani ni mahali kuna watu.
Sio watu tu bali upendo na amani,
Miye siko sayari hii muda mwingi.
Ila fahamu somo hili la mwisho,
Nyumbani ni amani,
Nyumbani ni upendo na hulka.
Kila kona mtakutana na mengi,
Ila mahala kama hapa.
Msiwe na wasiwasi anza mipango,
Chenga funga akidi nyinyi.
Fanya huku kuwe nyumbani kabisaa.
Sio yote huja kutoka kwa vitabu,
Mengine ni akili.
Siku njema imo njiani ila sio sai,
Maana kesho ni fumbo.
Tumia ya leo kutengua fumbo hilo.

"Geni Lipi "

Mwalimu nipe jawabu langu,
Kutoka mwanzo hadi tamati.
Naona hamna lolote jipya.
Geni ni lipi kwetu ?
Heri nyumbani kuna mapya,
Sio lazima mazuri,
Hata aheri huwa na funzo.
Geni ni lipi kwetu ?
Kila siku soma vitabu nyiye,
Fwata ya wakufunzi.

Jitahidi kwa hali na mali nyinyi,
Geni ni lipi kwetu ?
Kutoka utotoni yote ni shilingi,
Kwa ya pili mwalimu.
Wewe tuambie sasa sai
Geni ni lipi kwetu ?
Sio madarasa au masomo,
Hata wakufunzi .
Kila kitu ni kile kile humu.
Geni ni lipi kwetu ?

"Ndoa"

Mwaka wa ndoa ni huu,
Sio hadithi tena.
Naoa miye sitaki masihara.
Heka heka sio kwangu.
Nina mpenzi mimi,
Kipenzi changu.
Muda wakufamisha wazee,
Kufunga pingu sisi.
Ujana umeenda sasa,
Muda wa kuanza.
Kuchenga familia na kaya,
Kuoa ndio njia pekee.
Mama na baba wamefanya,
Yao mazuri.
Kutoka utotoni hadi sasa,
Mida yangu ya kurejesha mkono.
Kuwapa jiko na faraja,
Furaha rohoni.
Kuwa kazi walifanya ipasavyo.

Naoa miye sio ule tanga tena.

"Mama"

Mama mtu umeteseka kwa kisomo changu,
Huna raha tena mama.
Kila siku ni mawazo kuhusu mwanao aliye skulini.
Mama mtu Mungu akubariki na nguvu na siha.
Umenilea tangu utotoni wangu kunipa mafunzo,
Sio funzo pekee bali sheria za kuniongoza,
Kipenzi changu cha roho,
Mama mtu Mungu akubariki na nguvu na siha.
Sina la kusema miye mama maana upendo,
Malezi yako ni zawadi kwangu na ndugu zangu.
Karibu na piga buriani masomo mama yangu,
Mama mtu Mungu akubariki na nguvu na siha.
Ufukara tume pambana nao kama vita kwa pili vya dunia,
Wamesema mengi sisi tupotee ila maombi yako,
Ndio ala tosha kwangu na ndugu zangu.
Mama mtu Mungu akubariki na nguvu na siha
Miaka ya enda mama ila toa mashaka kabisaa,
Hivi karibuni ntakuletea kipenzi changu nyumbani.
Maana unahitaji mtu wakukutunza wewe.
Mama mtu Mungu akubariki na nguvu na siha

"Pete"

Leo nakuvisha pete uwe wangu,
Wa maisha wewe.
Nataka tujenge familia pamoja.
Sina mwingine ni wewe pekee,
Sonona sio kwetu mweza.

Furahia katika safari hii gari yangu,
Shika popote pale kipenzi.
Mambo ya ndoa ni haya sasa.
Tarajia mawe kutoka kila mahali,
Hata kwa marafiki.
Kipenzi usife moyo maana Mimi,
Ni mali halali yako.
Hamna wakukunyanganya utamu.
Leo nakufanya mke wangu wewe,
Uu tayari wewe kipenzi ?
Maana sitaki kufanya kosa nijikute,
Kwa buraha miye.
Mtima wangu utakufa miye kipenzi.

"Natamba"

Sio kushoto,sio Kulia zote nimetimba,
Mashairi twatunga,nyimbo twaimba,
Sio chozi la simanzi, ni furaha.
Shukharani kwa Rabana.
Lipi lizilo wezekana?, maana yote nipito,
Maisha somo,binadamu mwanafuzi,
Dunia fumbo kuu,jawabu akili,
Shukharani kwa Rabana.
Bahari na nyika twapiga,mwingi kwetu,
Sayari twacheza,mithili ya chombeza,
Lipi jabari kwetu?,maana yote ni kwenu,
Shukharani kwa Rabana.
Hitimizo twarejea,mwendo wa kobe,
Tumefunza aina,inati kwako mpendwa,
Tumenakili nyingi,sasa nisomo kwake,
Shukharani kwa Rabana.

"Mwaka Wangu "

Mola asante kwa mwaka huu,
Mwaka Wangu miye.
Kurudisha mkono wa shukurani.
Wengi walikusudia ila ni marehemu,
Chozi chungu kwa jamii.
Ila mimi huu hapa kwa mwaka wangu,
Wakungaa kama nyota.
Kufanya tamba tamba kufahamika.
Huu ni mwaka wa heri kwa familia yetu,
Maana nyota ya jaha.
Himo nasi matata yameisha kama ndoto,
Mwaka mpya ni Masha'Allah.
Pamoja ni insha'Allah.
Baba na babu toa joka moyo huu mwaka,
Yote nimepanga ni kwenu wazee.
Piga goti shukurani Rabana kwa siha,
Ngojeni matunda yangu.
Huu mwaka ni mimi na nyinyi pekee.

"Mwaka Wangu "

Mola asante kwa mwaka huu,
Mwaka Wangu miye.
Kurudisha mkono wa shukurani.
Wengi walikusudia ila ni marehemu,
Chozi chungu kwa jamii.
Ila mimi huu hapa kwa mwaka wangu,
Wakungaa kama nyota.
Kufanya tamba tamba kufahamika.
Huu ni mwaka wa heri kwa familia yetu,
Maana nyota ya jaha.

Himo nasi matata yameisha kama ndoto,
Mwaka mpya ni Masha'Allah.
Pamoja ni insha'Allah.
Baba na babu toa joka moyo huu mwaka,
Yote nimepanga ni kwenu wazee.
Piga goti shukurani Rabana kwa siha,
Ngojeni matunda yangu.
Huu mwaka ni mimi na nyinyi pekee.

"Mwalimu "

Nawaza usiku mchana,
Wapi nilikosa,
Kila asubuhi,nimo darasani.
Kufunza wana.
Lipi si kutimiza mkufunzi,
Mawazo yanisonga.
Kazi ya sulubu, mapato.
Ni tone mmoja, mbili.
Huna huruma ee mwalimu?
Kila kukicha, langoni.
Wapi dosari angu ?
Maswali yataniuwa mimi.
Manani angu, kutoa ni moyo,
Kusaidia angu.
Kwa hali na mali malipo !
Uuui! Uuui ! Nisaidie .

"Eeeh Mtima"

Moyo wangu nakupa,
Eeeh mwandani.
Kipenzi changu cha moyo,
Tembea nao.
Penzi langu kwako,
Ni la dathi.
Sina mwingine ila weeeh,
Ooooh mwandani.
Wazuri ni wengi,
Ila wewe ni asali kwangu.
Shaka na kiwewe sahau,
Tia kwa kaburi la sahau.
Sina chozi mpenzi,
Nipee penzi.
Siku zote kama ibada,
Hadi tuo.

"Omba "

Wanangu omba baba yenu,
Hakuna gumu kwake.
Dunia hii yote ni yake wanangu,
Kila kitu ni chake.
Yeye ndio mwanzo na mwisho,
Msiogope kupisha.
Yeye ndiye kinga halali duniani,
Mwanga kutoka kwa mwanga.
Mimi nawakumbusha nyiye,
Sadiki sana kwa Mola.
Sio mchoyo kama binadamu,
Ni mwingi wa rehema.
Julize kama hufariji wezi,
Mauwaji mbona sio nyinyi,
Ombeni nyinyi.
Toa mashaka moyoni .
Jua yeye ndio njia pekee,
Halali sio haramu.
Mwalimu wa walimu duniani,
Mfwate hadi mauti.

"Kwako"

Mazuri na baya nakili,
Ipo siku kwetu.
Nahodha wangu...
Salama.
Yote tumefanya mwana,
Ni tuo kwetu.
Nakupenda sanaa...
Ila dunia !

Lazima kila mmoja,
Apige hamsa zake.
Jamii imekataa,
Wapi kwetu ?
Mawazo ya mapenzi,
Mpenzi enzi.
Hii somo kwa akili.
Siku njema imo.
Njiani mwandani,
Mtima wangu.
Tutasherekea pamoja.
Ila leo ni chozi.
Leo ni kilio,
Tuombe heri.
Twendako na baraka,
Za Mola.

"Mmoja"

Moyo wangu wapenda huyu,
Wengine sio kwangu.
Sio kwa ubaya ila ni yeye pekee.
Uzuri wake ni mimi na ufahamu,
Nakala yake ni mimi na ijua.
Dunia asante sana kwa hao wenza,
Ila huyu hatoki huku,
Mahali pake ni mtimani nyinyi fahamu.
Ndoto zenu za kutengana sahau,
Kama jongoo na mti wake.
Maana dunia ilinipa karaha miye sasa,
Nina raha na maraha .
Mbona niwache na tamaa ndio kifo kwa binadamu.
Kerry mwandani wangu sio heka heka zao,
Miye na wewe hadi siku ya Mola wetu.

"Babu"

Mzee wa chumvi nyinyi,
Nakupa heko na hongera.
Babu wa maelekezo pongezi.
Familia iko imala.
Sijui pakuanza au kumaliza,
Nina maswali inati miye.
Mmoja hadi tamati kwako babu,
Bibiye kanipa yote.
Ila Mungu kampenda sana,
Babu nawaza kuhusu maisha.
Sijui maana halisi ya maisha.
Leo nipe wasaha babu.
Masomo ya skulini ni mapito,
Dunia inataka akili,
Hekima na busara na babu,
Wewe ndiwe shujaa.
Umeona yote ya hii dunia,
Hamna hujaona babuye.
Nipee funzo nami niwe mtu,
Ni mimi na wewe mzee leo hadi totoro.

"Mwisho Wa Kosa "

Kurudisha mkono sio mbaya kabisaa,
Leo nimefahamu yote.
Ni kama ndio mwisho wa kosa.
Sitaki kurudi yale niliyofanya miye,
Nasema pole jamaa,
Kaka zangu nisame binadamu.
Hatujakamilika niliteleza ila kwa mwongozo,
Wa Mzee Shamu nimepata ufahamu,

Viwanda vizuri havimo tena ni majivu.
Uongozi mzuri ndio huu njiani,
Yote yameisha.
Sasa ni ukurasa mpya kwa kila mtu.
Chozi la heri kwa taifa letu na makwetu,
Raha ilioje kwetu.
Mwanzo mpya wa amani na imani.

"Peremende"

Vitoto peremende kwenu,
Leo ni kwenu.
Harakisheni vimwana ni zenu.
Peremende za uhuru wenu,
Peremende za babu zenu,
Peremende za maisha yenu.
Kila mtu atapata yake na rafikize,
Peremende kutoka ng'ambo
Muda humo leo ni furaha tele.
Damu iliyomwagika kwa uhuru,
Mashujaa walifanya kazi,
Peremende ! Peremende!
Wazee kwa Vijana hata nyiye,
Piga foleni kwa peremende.
Sherehe kwa kila mtu.

"Jogoo"

Nimekosea hadi Mola wangu,
Wazee sijui niseme nini.
Marafiki wote ni dunia na bingu.
Hakuna wakunisikia maana,
Makosa yangu.
Akili nilijaliwa ila sikutumia.
Macho yangu yalikuwa mwanasesere,
Mbona hivi lakini,
Yakimwagika hayazoleki jamani.
Pengo langu ni kubwa hoyee,
Heri hata nitoke duniani.
Maana siwezi ishi mimi.
Hakuna hata yule mpenzi wangu,
Wote ni kumbukumbu.
Roho yangu nifariji wewe.

"Boringo"

Leo tucheze sa utotoni,
Leo sio wakuu.
Wala waheshimiwa sisi.
Ni ndugu na dada,
Rafiki wa chanda.
Vipenzi sisi.
Tukumbuke si ya mwalimu,
Ya rafikize,
Walio tutangulia .
Cheka cheza maana leo,
Siku kuu,
Kwetu watoto wa kaya.
Skuli mmoja na Mungu,
Mmoja zote.
Sherehe kwetu sisi.
Toka mbio za utotoni,
Kabla uzee.
Pigia ujana buriani.

"Daima Na Wewe "

Utamu wangu,
Kipenzi changu,
Ni letu,
Sio lao kabisaa.
Tasama na tabasamu,
Angalia yote,
Malaika wangu,
Kwa mpenzi.
Furahia zote ni zako,
Mali yote,
Na kila kitu huku,
Kikubwa unafuraha.
Daima dawamu,
Tuwe kama,
Mto na mawe sisi,
Au pendera na upepo.
Falsafa zangu zako,
Mimi wako,
Furaha yangu.
Ni wewe pekee.

"Mchezo "

Kuja kesho utapata usaidizi,
Kesho kuja siku ifuatayo.
Mchezo mzuri sana ila kwa nani ?
Nani ako na muda ?
Mimi nina mengi mithili ya bahari,
Ila kwako huwezi ona.
Ila cheza chafu kabisaa.
Sina budi kusadiki amri mimi.

Ila dunia ni duni kwa binadamu,
Chunga kazi maana,
Siku yaja kwako heri ungalifamu,
Ungalijua leo yako itakugarimu.
Ila ungeona maana kiburi,
Madoido hayangekubali,
Sasa kilio cha gonga.
Mlangoni ndi!
Michezo yako sasa cheza,
Karata zako fanya.
Ulikuwa na fursa hukutumia,
Uroho ulizimba roho.

"Asali"

Kelly huku nangoka,
Siku ya aina yake.
Ila leo sina mpango.
Asali hii ni tamu,
Kila mida.
Naramba na furahia.
Kipi cha kuningoa
Miye huku,
Hata rafiki zangu.
Watulize boli kwanza,
Ya aheri yamepita.
Furaha.
Ndio hii sasa,
Madongo punguza,
Heka heka.
Hamu ya asali,
Inanipa lepe miye,

Ooooh tamu tamu.

"Lala"

Wewe lala utajua mwana sio wako,
Wenza wanajituma.
Sio kazi ya sulubu pekee ata kijungu jiko,
Lala usingizi wote wewe baba.
Utatimiza lini majukumu yako kama bwana ?
Sio vita ila tumia akili yako,
Mke ni pambo kwako na familia yenu,
Jipinde vyema wewe ...
Endelea zako baba watoto weeeh,
Mwenye mali yake.
Sio pombe sio kazi unayo aibu iliyoje,
Baba hata kupeleka mtoto skuli ?
Lala ulipata mtumwa wakufanya yote,
Yaya wakutendewa unyama.
Ila siku ya siku utajua mbivu na mbichi,
Mume mkubwa ni jitoto.
Haya huna baba kila kitu ni bibiye,
Hata babu hatapumua.
Mawazo yatapeleka wazee jongomeo,
Kijana mkubwa ila akili ya kimwana.

"Baba"

Mtetezi shujaa wetu humo tena,
Maisha duniani ni tambalau.
Kiongozi mpenda amani na ummoja,
Leo umeondoka.
Kenya nani wa kulifuta chozi,
Pengo yako nani wakuziba.
Kama Baba hayuko na nitaabu.
Muda umefika kutambua ...

Nani kiongozi na kigogo,
Inauma sana.
Sio wakubwa sio wadogo,
Tunu ya Afrika haimo tena.
Watoto wako hawana neno,
Mida ya giza kutanda.
Mwanga humo tena duniani,
Ajali haina kinga.
Kifo fumbo kuu duniani,
Ila yote tisa kumi shujaa,
Kiongozi wetu lala Salama.
Baba nenda kwa amani.

"Kidogo"

Wewe sherekea hicho,
Kidogo.
Tamaa ndio kifo kwako,
Omba sanaa.
Majaribu ni kawaida,
Tafuta njia jema.
Hongo haidumu wewe,
Fahamu.
Kutoka mwanzo haramu,
Huishia babaya.
Lipi gumu kwa Mola wako,
Yote ni yake.
Faraja ilioje kuwa naye,
Umaskini wa kihali,
Utajiri wa roho na imani,
Yote ni ya muda.
Kiduche chako kienzi,

Akida haiozi.
Atangaye sana na jua hujua,
Nakutafuta kuna kupata.

"Heri"

Mwaka Wangu miye,
Furaha yangu,
Hii hapa sina buraha,
Kipenzi huyu.
Leo namtangaza duniani,
Mfahamu nyinyi.
Aheri sio kwangu tena.
Mimi nimo rahani.
Machozi sio huku,
Àti kuchiti,
Kuchezwa sio huyu,
Mama ana asali.
Anajua yote,
Michezo ya kitanda,
Utamu mwana,
Furaha tele.
Sherehe kwangu,
Machozi kwa wahuni,
Roho yangu yake.
Heri iko jamani ?

"Kifo"

Kipenzi changu najua itauma Sana,
Ila hakuna to suluhu kamwe,
Nimeona kupiga dunia teke maana

Haya sio maisha kamwe.
Ni vyema nipotee kama babu zetu wa Uhuru,
Kuliko kubaki humu kama mzigo kwako na wengine.
Maisha ni safari nami nimechagua yangu mtima wangu.
Kilio ni kama somo kwa jamii.
Mauti ndio njia pekee ya kuona na Mungu wangu.
Sio kwa mwili bali kwa roho kitenzi changu.
Toa kiwewe kimwana maana hii ni maisha.
Fahamu maisha ni jabali kwa binadamu wote.
Itakuwa heri kuona chozi la heri kutoka kwako mama,
Kifo changu kisiwe ndio kifo chako embe dodo,
Ahera naelekea sio kwa ubaya moyo maana ni uhamuzi.
Chunga sana mitihani ni inati katika hii chombo.
Salamu zangu sipokee na jitume hadi uingie kaburi,
Katiba tamu tamu usipe kila mtu asome mama,
Sio kila nyuki huleta asali wengine ni walinzi.
Fahamu miye ni wako hadi tutapo onana jongomeo Masha'Allah.

"Mungu "

Mwanzo na tuo yote ni wewe,
Rabana rafiki yetu.
Nzuri au mbaya kikubwa malengo,
Yako yatimie.
Maishani kipi kwangu miye,
Pesa na urajiri.
Mali na nguvu sote ni bure
Tunu ya kweli ni Rabana.
Usiku na siku zote kwako,
Nyota mbalamwezi pambo zako,
Dunia na malimwengu mali,
Uriti wako Mola.

Kifo mtihani mgumu ila kwako,
Chakula kiduchu.
Maishani ntakushukuru milele.
Hadi ahera sina shida miye.
Maana maisha yangu ni bure,
Yote duniani ni bure.
Manani wangu nipe mwanga,
Furaha rohoni.

"Doa"

Kidonda changu cha miaka mikaka,
Kitanimaliza miye.
Wezangu wote wamelamba mchanga,
Ngoma zao ni tedeum.
Hadi wapi lepe la usingizi kwangu mimi ?
Ila kukata tamaa ni mwiko kwangu.
Ndugu zangu walijitahidi kwa hali na mali,
Kutokomboa kutoka gogo hili la umaskini.
Mbona miye niwe mvivu wakupigia mfano ?
Miaka imeenda ila bado tuko na koroboi nyumbani.
Rafiki zetu ni popo, buibui na kunguni.
Ila sasa miye kama amri za Mungu leo na beba huu mzigo.
Kila kona falsafa ati hawa marafiki ni alama ya urajiri.
Swali urajiri upi ?
Wa kifo na mauti au wakukonda na kukondeana.
Sifahamu miye maana sio muhega miye kabisaa.
Gharika hii sharti ni fanya juu jini ama ni ahera kwetu.
Ndio hohehahe ndio maisha ila mbaka lini ?
Amakweli roho ya binadamu ni chuo,
Ila kuwa maji na nyumbani mwanga waitajika sio miye.

"Shule"

Asubuhi kumekuja kwetu;
Wanagenzi kupiga guu.
Hadi lango la shule.
Mama na baba kwaheri,
Sasa ni wajibu wangu.
Kitabu na kalamu.
Ala zangu kukomboa familia;
Kwaheri nyote.
Tuonane jioni mwalimu.
Anatamani mwanafunzi;
Tajiri anakutaka baba.
Shamba na nyumba kwa nyoka.
Mama kwaheri kwaheri;
Yangu tamati.
Ndugu na kaka kwaheri.

"Maisha"

Zote nimesoma ni ukingo;
Eeeh mkufunzi.
Sina muda...kwa eneo hili.
Nitunuku..taji.
Sayari dunia, kwangu ni kituo;
Wavyele wangu.
Salama salama.
Mola Rabana akipenda insha'Allah.
Lipi la kutulia kama maji ?
Vitabu vyote.
Nimapito kwa mwana ako.
Siku zangu hazipo.
Yesu wangu nipee nguvu;
Nipe akili na ujuzi.
Kumaliza mwendo salama.
Majariwa.

"Wivu"

Ha! Ha!ha! Amka wewe,
Bado kijana.
Mbona mapema hivi.
Nyumbani hakuna chochote,
Sio kwa ubaya.
Ila wivu na uzembe umekumaliza.
Kila mcha anasonga kila siku,
Sio mtoto au mzee.
Ila kwako ni mshangao mkubwa.
Ni goma bofu kwa jamii,
Sio makasiriko.
Sio kelele za chura maana.
Huna lolote la kutenda,
Heri mbwa kuliko,
Wewe mara dufu.

"Kilio"

Chozi kulia shoto,
Uui! Uui!
Manani angu,
Mbona mapema?
Wangu wa maisha,
Kipenzi cha,
Wengi hayumo tena?
Hii pigo ni zito.
Nyangaresi ! Nyangaresi!
Uu wapi?
Sikuoni rafiki angu?
Lipi Kwako?
Mola , Yalabi Mwanzo,
Na hitimisho,
Sina usemi kabisaa.
Hii ni ngumu kwangu.

"Guu"

Langu leo hadi kwa mamapima,
Mume ni wangu au wake.
Familia yayumba yumba kisa pombe.
Leo ni mimi na huyo mwanamke,
Hajui kupata mbwana ni ngumu.
Hajui na hafamu kabisaa.
Leo ni miye na yeye na pombe zake,
Siwezi ishi kama mfungwa.
Hapana siwezi kubali miye kabisaa.
Tulifunga pingu za maisha sisi,
Leo sio bwana ninaye.
Kibonge amemyanyua baba Baraka.
Mamapima ! Mamapima !
Leo pombe hapikwi huku.
Leo ni kesi ...

"Damu"

Yangu sijui ni maji au chai,
Maana sijui mimi.
Au wafahamu wewe ?
Kila nifanyalo sio zuri.
Mayowe kila saa,
Dosari na makasiriko.
Miye kila sekunde.
Hata nashidwa yangu ni ipi ?
Hata wakunishawishi,
Sina kabisaa.
Upweke sio wa pesa hata mwanga,
Mawazo na wazo.
Siku mmoja yote yataisha,
Ntaburudika,
Ntakuwa binadamu kama wengine,
Damu ni nzito kuliko maji ?
Kwangu naona ni msemo tu,
Damu ni tambo,
Kama babu na bibi sai ni msaada,
Dunia randa randa.

"Mpenzi "

Mali yangu takutunza siku zote,
Kwa udi na uvumba.
Ntajitahidi kushoto kulia tule,
Tujenge familia.
Wavyele wanataka wajukuu,
Jamii ya piga hodi kila uchao.
Leta mwanamke bomba.
Chapakazi kusongeza hili gurudumu.

Basi naleta kipenzi changu,
Natoa asali kwa mzinga.
Mtaalam wa mapenzi kwa kaya,
Toto tamu tamu laini.
Leo nafunga wambea,
Malaika wangu toka gizani.
Wacha sayari ione tunu,
Yangu miye.
Nimetulia kama mchanga,
Ila mida imewadia.
Kipenzi changu tembea ...
Tamba kote ote wewe.

"Mapenzi "

Mchumba wangu nakupenda wewe,
Wacha waseme yote.
Ila kwako sitoki miye hadi simu ya kiama,
Mahaba yako yananitosha.
Sitaki niwe tanga tanga miye,
Mechi zote nataka zako.
Ujana umeenda sasa sisi sio vijana,
Ni saa mwafaka wakujisatiti.
Penzi letu la miaka nenda rudi lazima,
Liwe imala kama mlima Kenya.
Rohini ni kipenzi changu cha maisha,
Akilini ni uzuri wako mama.
Dunia rangile ila kwako sitoki haraka,
Sikomi kujaribu mimi.
Mwisho wangu ni penzi lako kipenzi.
Sijui itakuwa chungu au tamu.
Sitaki kutabili maana miye sio naabi,

Mama moyo nakupa.
Cheza nao kama mpira tunza kama yai,
Kipenzi changu ni wewe hadi kifo.

"Pesa"

Mbona hivi binadamu,
Pesa ndio chanzo.
Nashangaa miye.
Wapi ummoja wetu,
Sisi sio hayawani.
Sisi ni damu mmoja.
Ila leo ni kiama,
Damu kwa pesa,
Sio mama...
Ndugu hata dada,
Utajiri,
Haramu !
Uuui! Uuui!
Pesa imemaliza familia,
Pesa shetani kubwa.

"Ujana "

Nataka dada yule,
Ana umbo nzuri.
Amakweli Kenya tuna,
Watoto watamu.
Pombe na sherehe,
Kwake na rafikiye.
Gharama kwangu miye,
Kimwana tamu tam.
Huyu ni sukari sio asali,
Ndoa itaenda na maji.
Maana hawa wasichana,
Nawapenda sana.
Yule zee wacha zake,
Miye nataka maziwa.
Ujana hoyee.
Shangwe kwetu vijana.
Ndoa sio kwetu sisi,
Bado wachanga.
Raha ni kwetu.
Wasichana wa sukari ni wetu.

"Wino"

Ala yangu ya mwisho kwa ukombozi,
Mdomo na nguvu.
Zote sime ambulia patupu kwangu.
Ni muda mwafaka kuleta mwanga.
Kushoto na kulia,lazima nichape kila kona,
Kila shimo lazima,kijurikane kwangu.
Muda uu sio mchezo, lazima ukombozi.
Mimi na wino angu.

Cheza na imba zote,ila kwa wino angu,
Kwa haki za binadamu.
Haki za wanyoge, insha'Allah .
Ndio kuanza Safari,ya ukombozi wa taifa.
Ukombozi wa bala, la Afrika Mungu nipee,
Akili na ukomafu,kusimama na taifa.
Kusimama kwa haki za kila mcha.
Wino angu , mwanga wa taifa na dunia kwa jumla.

"Pepo"

Natamani ingekuwa vyema,
Ila sina budi sasa.
Nishaona yote kwenu hakuna...
Jipya tena nategea,
Nilidhani pepo hamo duniani,
Ila nilikuwa mbumbumbu.
Rafiki adui yako mkubwa.
Mpenzi kifo chako kitamu,
Hii maisha imenifunza.
Cheka cheka utafuna nono.
Mchinga hana adui.
Maendeleo kidogo vita,
Utastuka huna mtu.
Kama sio Mola wako na mama mtu,
Wengine wako tu.
Kwa furaha pamoja,
Shida peke yako.
Soma nzuri sana kutoka kwa walimu.
Asante sana wakuu.

"Saa"

Pigo zako lia na shoto,zote natazama kufahamu,
Mwendo wa kobe,ila ni mimi kujua njia ako,
Sijui nikupee wino,angu maana chezo ako,
Sina lakwamba, kwa kiumbe hiki nipee ufahamu.
Maisha angu ni pigo,kila uchao kwako ni raha,
Sina amani kabisaa!
Ooooh ni karaha,mchana usiku kucha jaribu,
Hili ni gumu kwangu,ila hamna yeyote kwangu.
Mzigo wa mawazo,ni kidonda cha kiumbe,
Chako Manani angu.
Mayowe kila uchao, chozi kila uchao pigo za,
Mwaka kwangu, na pato langu ni tone mbili.
Saa yangu kuanza, safari yakutafuta Mola,
Mungu wangu maana, hii ni tatizo kwa kila,
Kiumbe chako, atafutaye hitimisho uona angalau.
Hadi mimi nimeamua,kusaka mwanzo mpya.

"Rafiki "

Tamba tamba angalau utapa kitu,
Japo dunia rangile.
Shika shoto au lia maana mafanikio,
Fumbo kwa uso wa binadamu.
Njia ni nyingi ila tumia halali wewe,
Vya haramu ni majuto.
Pesa ni tamu ukila kwa kipato chako.
Furahia chapo kidogo.
Mingi ni mawazo chungu nzima,
Fahamu uu wapi,
Lengo lako lipi humo huo ndo ukombozi,
Chunga chunga rafiki.
Mali ni nzuri mithili ya rojorojo fahamu,
Wengi wamo safarini kama wewe.
Nyote ni wasafiri tumia akili.
Tumia hekima kutoka kwa Mungu siku zote.
Salama kipenzi changu hadi siku ya aina yake.
Nakuombea safari jema ndugu.
Usisahau ulikotoka kaka mjini kuna mamba.
Chunga kuliwa na mamba.

"Mwandani "

Lala natuliza mawazo moyo wangu,
Tamu ikizidi huwa chungu.
Gereza la wafungwa ni heri kuliko la mapenzi.
Chompeza sote tumecheza.
Shimo hili sifahamu miye ni la nani,
Mbona tusirudi utotoni aki.
Zile tamu boringo za gonga akilini
Ule ucheshi na raha leo ni sanda.

Mpaka lini kipenzi changu ?
Nipe wali yangu mama,
Nipe matunda tamu asali,
Changu changu changamya.
Maziwa ni tamu ila matikiti yako,
Siko salama miye kipenzi.
Peperusha penzi langu
Lako kila eneo.
Kosa sio kosa dhahabu yangu,
Penzi ni chezo la hisia.
Kuna kupanda na kudondoka,
Sabuni yangu mbona karaha.

"Mtima Wangu "

Heri nimekupata wewe wangu,
Kunipenda miye.
Nimetembea duniani ila hamna,
Nzuri kama wangu.
Wako wengi wa pesa na urembo,
Ila wangu ni daraja ingine.
Roho yangu dunda kwa amani.
Mbio sio kwetu sisi.
Huyu mtaalam ni wetu pekee,
Wababa hawalambi huku.
Maana ni mali yangu pekee.
Penzi tam tam asali.
Siku kimbia mbio ya swara,
Mama na baba wanataka watoto.
Kijiji vijana barubaru.
Yote ni kwa muda Masha'Allah.
Mtima wangu nipe penzi,

Zito moto moto miye.
Sitaki kusikia mayowe miye,
Nataka wewe.

"Siku kuu"

Siku ya ndovu ndio hii sasa,
Wazee kwa watoto.
Cheza na burudika nyiye,
Chori chori zote cheza.
Kuna mapaja furahia,
Maana hamna kama leo,
Sisemi kesho maana ni mtihani,
Ni fumbo na methali.
Kula uwezavyo leo,
Kunywa yote.
Leo ni furaha isiyo na kifani,
Njiwa pereka ujumbe.
Kila kona humu kwetu,
Tuna sherehe.
Sherehe kubwa kindaki,
Mashariki na magharibi.
Siku ya aina yake kwetu,
Sio chezo wewe.
Ndugu furahia mara mmoja,
Siku kuu huonekana kama almasi.

"Kiboko"

Nipee yote kiboko chao,
Miaka na mikaka,
Nipo nawe kiboko changu.

Dunia ina mengi kwetu ila ni sisi.
Tembea nami kama mtima wangu,
Kiboko sherehe ni kwetu.
Kwamba ni kwao mwandani.
Pamoja hadi hitimisho...
Soma yote ya nyoka,
Kuwa maakini na rafiki.
Ndugu pia bibi.
Maana dunia ni umbo.
Furaha na buraha,
Mwanga na giza,
Kiboko angu tembea nami,
Shamba letu la mapenzi tunza.
Maana wadudu wamo ...
Shika taji hili kipenzi changu.
Chukua zote unazo taka mama.
Furaha yangu ni wewe kiboko.
Kiboko nakupenda sanaa,
Sina siri kwako ...
Nakupa yote yangu kiboko.
Tunza tunu uliyonayo mwandani.

"Neno"

Sina neno kwangu kabisaa,
Ila kutukuza amani.
Elimu kwangu, ni ala kwangu,
Neno ni ala.
Kuimalisha umoja, amani ya taifa,
Pamoja tungane,
Kuhakikisha,ni Amani kwa kenya,
Neno ni ala.
Neno ni pigo kwa kila mtu kwa taifa,
Askari tungane, na raia kwa amani,
Kenya taifa Angu;
Neno ni ala.
Watuu! Tuungane pamoja kwa taifa,
Neno moja, amani kwa kila mtu;
Umoja ni nguvu, kwetu kila mahali.
Neno ni ala.

"Fimbo"

Wangu wa ubafu nipe fimbo,
Nataka kuondoka sasa.
Sina lolote la kuniweka miye,
Fimbo yangu nipee.
Chungana nyinyi kwa nyinyi,
Maama fimbo itawapata.
Fanya la heri sio aheri nyinyi,
Mungali na fursa.
Fimbo yangu nipee sasa,
Sio kesho.
Maana kesho ni ndoto,
Wanangu jifunze ubinadamu.
Tenga muda wa maombi,
Mtihani humo kila kona.
Ombeni sana vijana maana ujana,
Una mengi ya kuhadithia.
Mbiu ya lia hivi karibuni,
Sijui mtakuwa wapi wanangu,
Pazuri au pabaya fumbo kuu,
Ila nipe fimbo yangu nitoke.

"Sumu"

Nipe yangu miye,
Pingamizi sina muda,
Huu ndio mwisho.
Sitaki moyo kuteseka,
Tamati nzuri.
Furaha yangu .
Mwokozi wangu,
Huu hapa,

Ni sekunde tu...
Nitoke miye,
Safari ya heri,
Kwangu.
Mmoja, mbili
Na tatu.
Ni mwisho wangu.

"Uhuru"

Siku yaja kwetu wezangu,
Jipe moyo kaka.
Uhuru humo njiani Vijana,
Toa mashaka kabisaa.
Mungu amesema,
Sisi tujipange,
Uhuru ni wetu.
Mwanzo wa yote ni sisi.
Mabadiliko ni mimi,
Wewe na wao.
Hakuna gumu kwetu.
Tupa jongoo.
Jikaze kisabuni wewe,
Safari hii,
Ni kifo au uhuru,
Na Muumba akiwa nasi,
Aaaah lipi gumu tena,
Maombi na imani,
Uhuru tunao,
Asubuhi na mapema.

"Taifa Yangu "

Nafuraha ribo ribo kwa taifa yangu,
Eeeh Rabana tupe mjapakazi.
Kiongozi shupavu katika taifa letu.
Kenya taifa langu kipenzi changu.
Kuna vigogo wengi ila Manani,
Tupe mmoja pekee,
Muzuri kama kipenzi chako Daudi,
Kenya taifa langu kipenzi changu.

Nimo njiani kufanya langu,
Kama mkenya.
Sitaki kuwa kizuizi kwa maendeleo,
Kenya taifa langu kipenzi changu.
Mama na baba hii taifa ni yangu,
Yako na ya kila mtu.
Tungane kama ndugu watoka nitoke,
Kenya taifa langu kipenzi changu.
Uzembe haufaidi yeyote wacha kulaza damu,
Toka nyumbani piga kazi.
Wacha kuchangua kazi wewe tujenge Kenya.
Kenya taifa langu kipenzi changu.

"Mwiba Wangu "

Ningefahamu ningekuwa pema leo,
Ila sikujua wala kusudia.
Yote yametokea lipi la kubadili,
Hamna lolote leo hii.
Siku nzuri hazimo tena ulimwenguni,
Machozi na masumbuko.
Kisu kikali kimenimaliza miye maskini,
Mimi sina wakukimbilia.
Damu imemwagika nyingi humo,
Wengi wamo jongomeo.
Kwakuwa sikufahamu wala sikujua,
Rafiki ni adui na adui hana zuri.
Maama wapi pa kuanzi mimi,
Yupi wa kunielekeza.
Mbio zangu leo zimo ukingoni,
Sina bee wala tee.
Mungu wangu nisame miye,

Nimekosa kutumia akili,
Ata ujira sasa sio wa maana kwangu,
Yupi wangu aliye baki duniani ?

"Wimbo"

Leo sijui ni upi wa kuimba,
Furaha au husuni.
Maana jamii imenitenga miye,
Àti mimi ndio shida.
Nataka wimbo huru,
Sio chombeza miye.
Mama salama majariwa,
Sio kupenda...
Sio kutaka ila lazima,
Nitoke kama ubeti.
Ni pige guu langu popote,
Kikubwa uhai.
Nzuri naishi kama Mola,
Najituma kila uchao.
Yote yanamuisho.
Rafiki zangu salama.
Sikutarajia au kusudia hili,
Ila yote ni ya Mungu.
Cheza za ujana ndugu.
Cheza cheza burudika.

"Raha"

Pombe kwa wingi walevi wenza,
Starehe ni kwetu sisi waponda mali,
Uzee ni kunuka pesa.

Tia pombe wazee wenza ni sherehe kuu.
Makuu yabisha hodi ila raha,
Kwanza kabla ya kwikwi walevi.
Piga mmoja ,mbili na tatu.
Pesa ni sisi au sio hivyo walevi ?
Àti mapenzi matamu bila pesa!
Vijana wana kazi.
Kazi ya sulubu maana hawa mabiti.
Wapenda vitamu sio mwili.
Ujana humo tena ila raha ya pesa,
Kwetu ni ujana.
Dunia ina mengi ila leo ni siku ya aina yake.
Wazee cheza duara na boringo.
Sherehe kwetu wenye vyeo,
Mahangaiko ya bibi toa akilini.
Tupige sherehe kwa amani.
Mamapima leo amefanya kazi.
Nyumbani ni vita tupu,
Wana wala hewa.
Raha na ndelemo mangweni.
Wazee raha hadi kituo mwendo wa kobe.

Did you love *USHAIRI*? Then you should read *Lost Poet*[1] by Albert Nyangaresi!

[2]

Lost Poet is a special collection of 80 poems that carry a theme of sorrow, betrayal, death and other themes the collection is written in prose so that everyone can understand message clearly.

Read more at https://books2read.com/u/4E00Kl.

1. https://books2read.com/u/385gnV

2. https://books2read.com/u/385gnV

www.ingramcontent.com/pod-product-compliance
Lightning Source LLC
LaVergne TN
LVHW042051051026
849517LV00012B/920
* 9 7 9 8 2 3 3 7 7 8 2 0 9 *